AF187093

Impressum
Verlag: BABADADA GmbH, Nedderfeld 112 , 22529 Hamburg
Geschäftsführer / Verlagsleitung: Harald Hof
Druck: Books on Demand GmbH, In de Tarpen 42, 22848 Norderstedt

Imprint
Publisher: BABADADA GmbH, Nedderfeld 112 , 22529 Hamburg, Germany
Managing Director / Publishing direction: Harald Hof
Print: Books on Demand GmbH, In de Tarpen 42, 22848 Norderstedt, Germany

skola

trường học

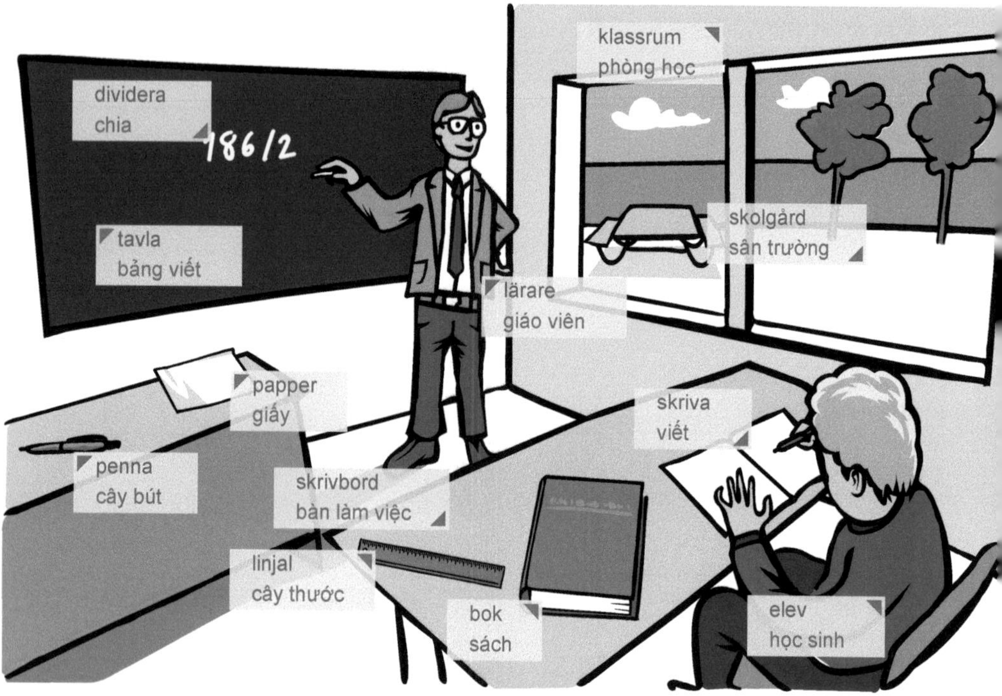
klassrum
phòng học
dividera
chia
186/2
tavla
bảng viết
skolgård
sân trường
lärare
giáo viên
papper
giấy
skriva
viết
penna
cây bút
skrivbord
bàn làm việc
linjal
cây thước
bok
sách
elev
học sinh

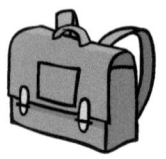

skolväska
cặp đeo vai học sinh

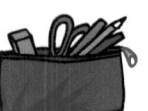

pennfodral
hộp đựng bút

blyertspenna
bút chì

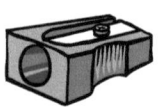

pennvässare
cái gọt bút chì

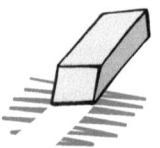

suddgummi
cục tẩy

ritblock
tập giấy vẽ

teckning

bản vẽ

pensel

cọ vẽ

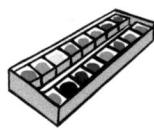

målarlåda

hộp mực vẽ

sax

cây kéo

lim

keo dán

övningsbok

sách bài tập

hemläxa

bài tập ở nhà

tal

số

2+2

addera

cộng

subtrahera

trừ

multiplicera

nhân

räkna

tính toán

A

bokstav

chữ cái

ABCDEFG
HIJKLMN
OPQRSTU
VWXYZ

alfabet

bảng chữ cái

ord

từ

text

văn bản

läsa

đọc

krita

phấn viết

lektion

bài học

register

sổ lớp

prov

thi kiểm tra

intyg

chứng chỉ

skoluniform

đồng phục học sinh

utbildning

giáo dục

uppslagsverk

từ điển bách khoa

universitet

đại học

mikroskop

kính hiển vi

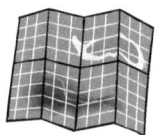

karta

bản đồ

papperskorg

thùng rác giấy

skola - trường học

hotell
khách sạn

Grand

vandrarhem
nhà trọ

ROOMS

EXCHANGE

växelkontor
quầy đổi tiền

resväska
va li

bil
xe ô tô

språk

ngôn ngữ

ja / nej

có / không

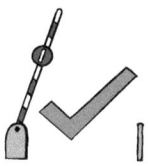

Okay

ô kê

hej

Xin chào

översättare

thông dịch viên

Tack

cám ơn

hur mycket kostar...?

... bao nhiêu tiều?

jag förstår inte

tôi không hiểu

problem

vấn đề

God kväll!

Xin chào! (buổi tối)

God morgon!

xin chào! (buổi sáng)

God natt!

chúc ngủ ngon!

hejdå

tạm biệt

riktning

hướng đi

bagage

hành lý

väska

túi xách

ryggsäck

túi ba lô

gäst

khách

rum

phòng

sovsäck

túi ngủ

tält

lều

turistinformation

thông tin du lịch

strand

bãi biển

kreditkort

thẻ tín dụng

frukost

ăn sáng

lunch

ăn trưa

middag

ăn tối

biljett

vé xe

hiss

thang máy

frimärke

tem bưu điện

gräns

biên giới

tull

hải quan

ambassad

đại sứ quán

visum

thị thực

pass

hộ chiếu

transport
vận chuyển

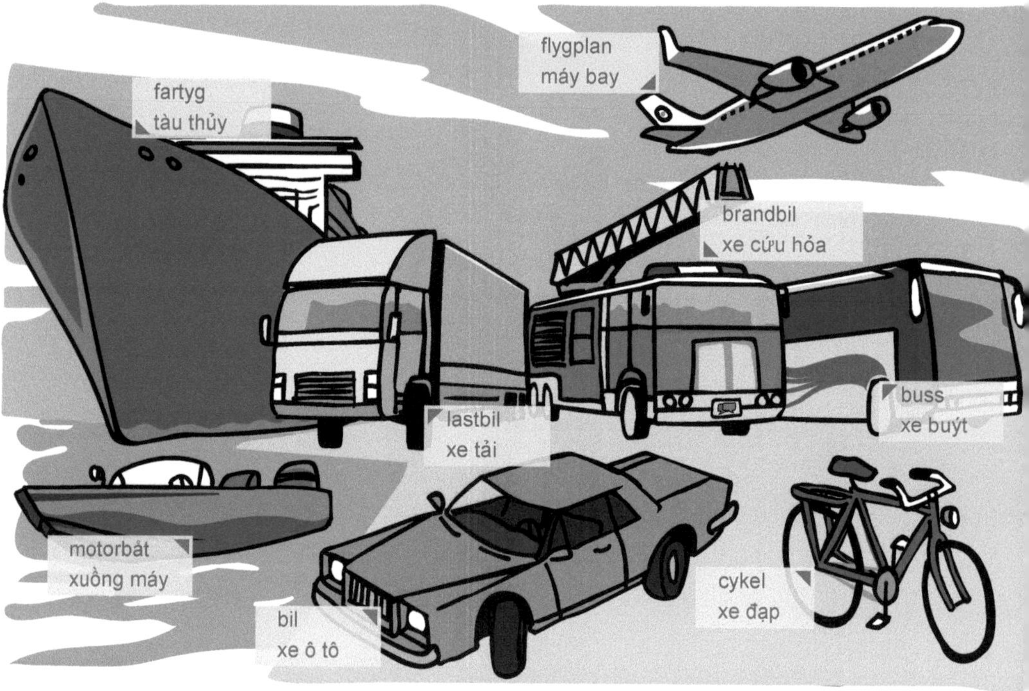
flygplan
máy bay
fartyg
tàu thủy
brandbil
xe cứu hỏa
buss
xe buýt
lastbil
xe tải
motorbåt
xuồng máy
cykel
xe đạp
bil
xe ô tô

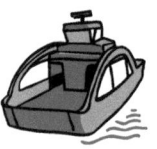

färja

phà

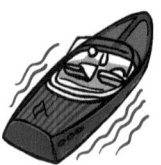

båt

xuồng

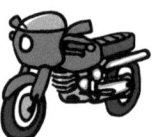

motorcykel

xe máy

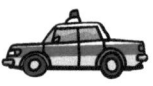

polisbil

xe cảnh sát

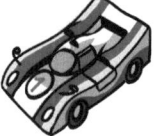

racerbil

xe đua

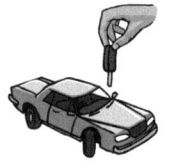

hyrbil

xe cho thuê

bilpool

dịch vụ thuê xe tự lái

bärgningsbil

xe kéo cứu hộ

sopbil

xe rác

motor

động cơ

bränsle

xăng

bensinstation

trạm xăng

vägmärke

biển báo giao thông

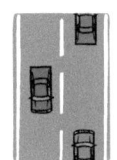

trafik

giao thông

bilkö

ách tắc giao thông

parkeringsplats

bãi đậu xe

tågstation

nhà ga

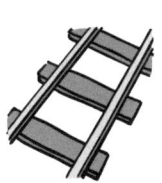

räls

đường ray

tåg

xe lửa

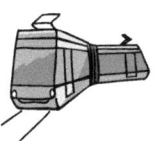

spårvagn

tàu điện

vagn

toa xe

helikopter

máy bay trực thăng

flygplats

sân bay

torn

tháp

passagerare

hành khách

container

côngtenơ

kartong

thùng các-tông

vagn

xe đẩy

korg

cái giỏ

starta / landa

cất cánh / hạ cánh

stad
thành phố

by

làng

centrum

trung tâm thành phố

hus

nhà

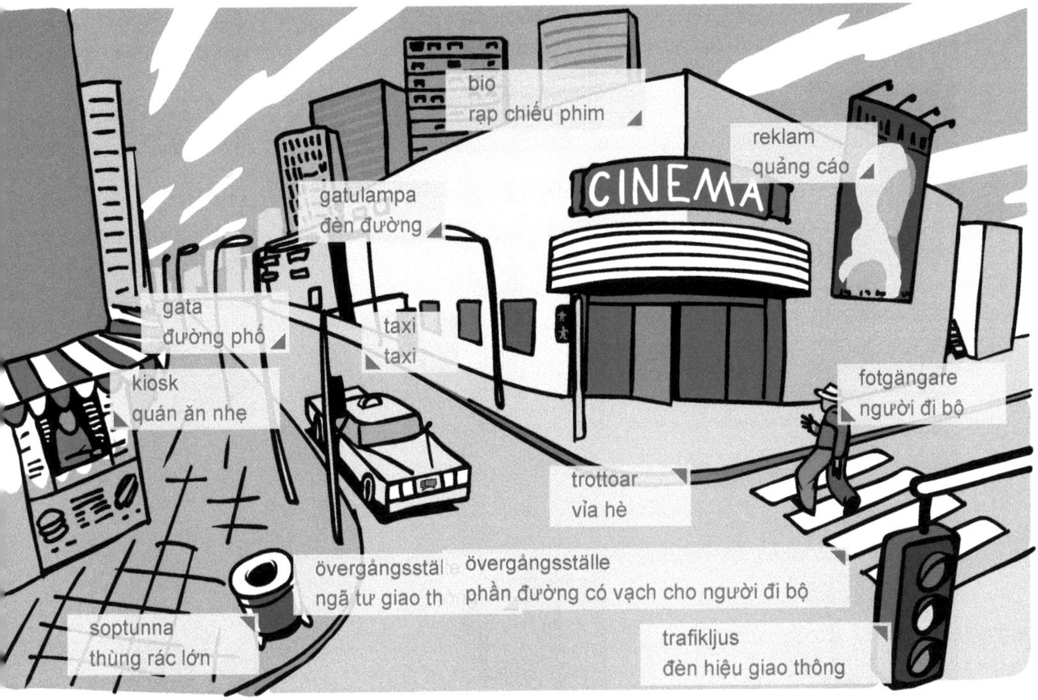

bio
rạp chiếu phim

reklam
quảng cáo

gatulampa
đèn đường

gata
đường phố

taxi
taxi

kiosk
quán ăn nhẹ

fotgängare
người đi bộ

trottoar
vỉa hè

övergångsställe
ngã tư giao th

övergångsställe
phần đường có vạch cho người đi bộ

soptunna
thùng rác lớn

trafikljus
đèn hiệu giao thông

stuga
nhà chòi

lägenhet
căn hộ

tågstation
nhà ga

stadshus
tòa thị chính

museum
viện bảo tàng

skola
trường học

stad - thành phố

universitet

đại học

bank

ngân hàng

sjukhus

bệnh viện

hotell

khách sạn

apotek

hiệu thuốc

kontor

văn phòng

bokhandel

hiệu sách

affär

cửa hiệu

blomsterbutik

cửa hiệu bán hoa

stormarknad

siêu thị

marknad

chợ

varuhus

cửa hàng bách hóa

fiskhandlare

người bán cá

köpcentrum

trung tâm mua bán

hamn

bến cảng

park

công viên

bänk

ghế băng

brygga

cầu

trappa

cầu thang

tunnelbana

tàu điện ngầm

tunnel

đường hầm

busshållplats

trạm xe buýt

bar

quán bar

restaurang

khách sạn

brevlåda

hòm thư công cộng

gatuskylt

bảng hiệu đường

parkeringsautomat

đồng hồ đậu xe

zoo

vườn bách thú

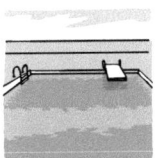

simbassäng

bể bơi

moské

nhà thờ Hồi giáo

bondgård
....
nông trại

förorening
....
ô nhiễm môi trường

kyrkogård
....
nghĩa trang

kyrka
....
nhà thờ

lekplats
....
sân chơi

tempel
....
ngôi đền

landskap
phong cảnh

löv
lá cây

vägskylt
bảng chỉ đường

väg
lối đi

äng
bãi cỏ

sten
hòn đá

liftare
người đi bộ đường dài

träd
cây

flod
sông

gräs
cỏ

blomma
bông hoa

dal

thung lũng

kulle

đồi

sjö

hồ nước

skog

rừng

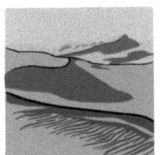

öken

sa mạc

vulkan

núi lửa

slott

lâu đài

regnbåge

cầu vồng

svamp

nấm

palm

cây cọ

mygga

con muỗi

fluga

con ruồi

myra

con kiến

bi

con ong

spindel

con nhện

landskap - phong cảnh

15

skalbagge

bọ cánh cứng

groda

con ếch

ekorre

con sóc

igelkott

con nhím

hare

con thỏ

uggla

con cú

fågel

con chim

svan

thiên nga

vildsvin

heo rừng

rådjur

con hươu

älg

nai sừng tấm

damm

đê

vindkraftverk

tuabin gió

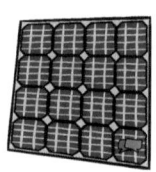

solcellspanel

tấm năng lượng mặt trời

klimat

khí hậu

restaurang
khách sạn

servitör
bồi bàn
meny
thực đơn
stol
ghế
soppa
súp
pizza
bánh pizza
bestick
bộ dao nĩa ăn
bordsduk
khăn trải bàn

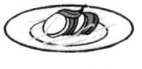

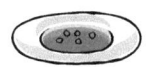

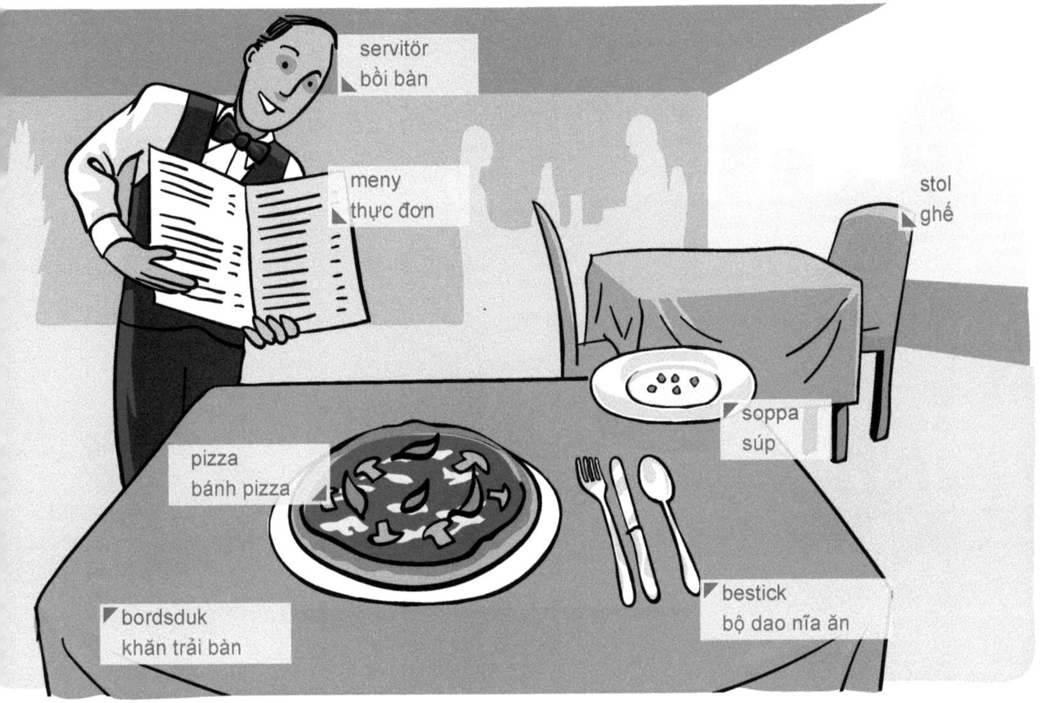

förrätt

món ăn khai vị

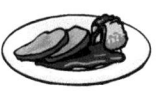

huvudrätt

món ăn chính

dessert

món tráng miệng

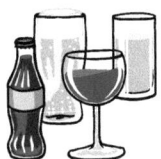

drycker

thức uống

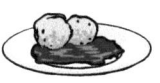

mat

thức ăn

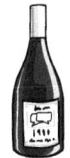

flaska

cái chai

snabbmat

thức ăn nhanh

street food

thức ăn đường phố

tekanna

ấm trà

sockerskål

hộp đường

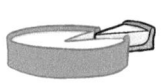

portion

khẩu phần

espressomaskin

máy pha espresso

barnstol

ghế cao

räkning

hóa đơn

bricka

khay

kniv

dao

gaffel

nĩa

sked

thìa

tesked

thìa uống trà

servett

khăn ăn

glas

cốc thủy tinh

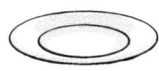

tallrik

đĩa

sopptallrik

đĩa súp

tefat

đĩa lót cốc

sås

nước sốt

saltkar

lọ muối

pepparkvarn

cái xay tiêu

vinäger

giấm

olja

dầu

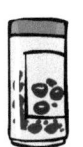

kryddor

gia vị

ketchup

nước xốt cà chua

senap

tương hạt cải

majonnäs

nước sốt mayonnaise

stormarknad
siêu thị

specialerbjudande
chào giá đặc biệt
FOR
kund
khách hàng
mejeriprodukter
sản phẩm từ sữa
frukt
trái cây
varukorg
xe đẩy mua sắm

BUTCHERS

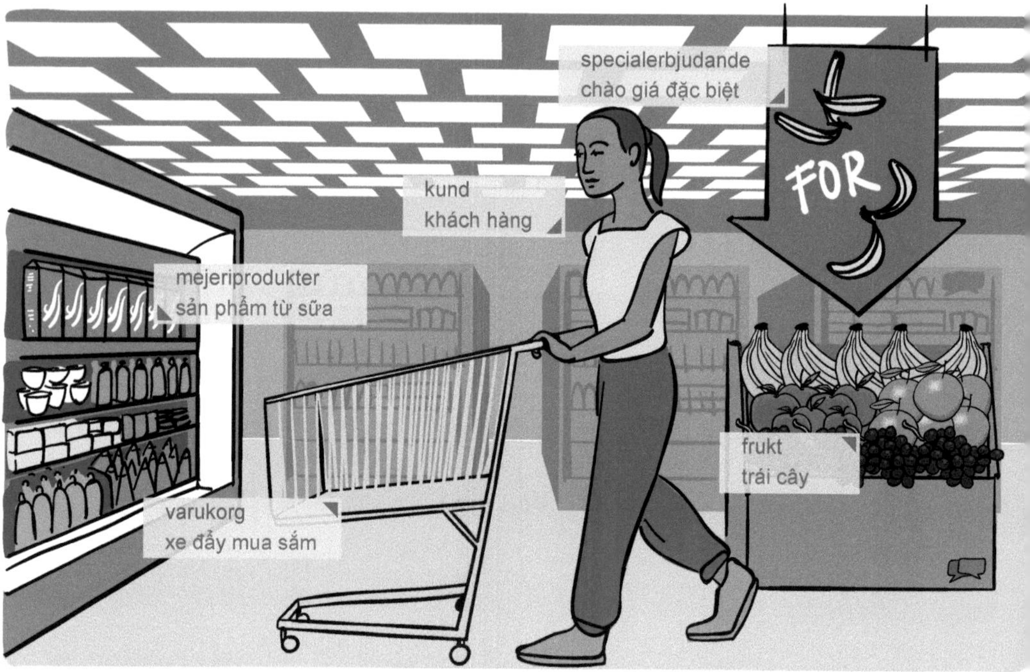

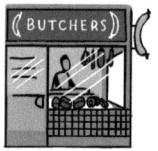

charkuteri

lò mổ

BAKERY

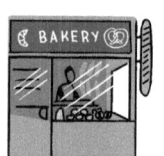

bageri

cửa hiệu bán bánh mì

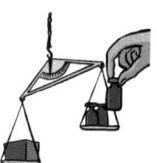

väga

cân nặng

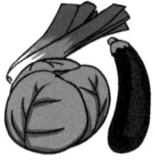

grönsaker

rau quả

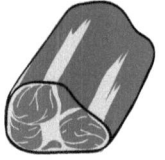

kött

thịt

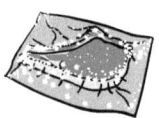

frysta livsmedel

thức ăn đông lạnh

pålägg

lát thịt nguội

konserver

đồ hộp

tvättmedel

bột giặt

godis

đồ ngọt

hushållsprodukter

sản phẩm dùng trong gia đình

rengöringsmedel

chất tẩy rửa

försäljare

người bán hàng

kassa

quầy trả tiền

kassör

nhân viên thu ngân

inköpslista

danh sách mua sắm

öppettider

giờ mở cửa

plånbok

ví tiền

kreditkort

thẻ tín dụng

väska

túi đeo

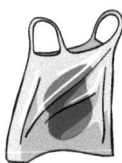

plastpåse

túi ny lông

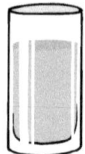

vatten

nước

juice

nước quả ép

mjölk

sữa

cola

coca-cola

vin

rượu vang

öl

bia

alkohol

cồn

kakao

cacao

te

trà

kaffe

cà phê

espresso

espresso

cappuccino

cappuccino

banan

chuối

äpple

quả táo

apelsin

quả cam

melon

dưa hấu

citron

chanh

morot

cà rốt

vitlök

tỏi

bambu

tre

lök

củ hành

svamp

nấm

nötter

hạt dẻ

nudlar

mì

spaghetti

mì spaghetti

ris

cơm

sallad

xà lách

pommes frites

khoai tây chiên

stekt potatis

khoai tây chiên

pizza

bánh pizza

hamburgare

bánh hamburger

smörgås

bánh mì sandwich

schnitzel

thịt côtlet

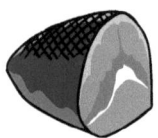

skinka

thịt giăm bông

salami

xúc xích

korv

dồi

kyckling

gà

stek

rán

fisk

cá

havregryn

cháo yến mạch

müsli

cháo muesli

cornflakes

bánh bột ngô nướng

mjöl

bột mì

croissant

bánh sừng bò

fralla

bánh mì

bröd

bánh mì

rostat bröd

bánh mì nướng

kex

bánh bích quy

smör

bơ

kvarg

sữa đông

kaka

bánh ngọt

ägg

trứng

stekt ägg

trứng rán

ost

pho mát

glass

kem

socker

đường

honung

mật ong

sylt

mứt

nougatkräm

kem nougat

curry

cà ri

bondgård
nông trại

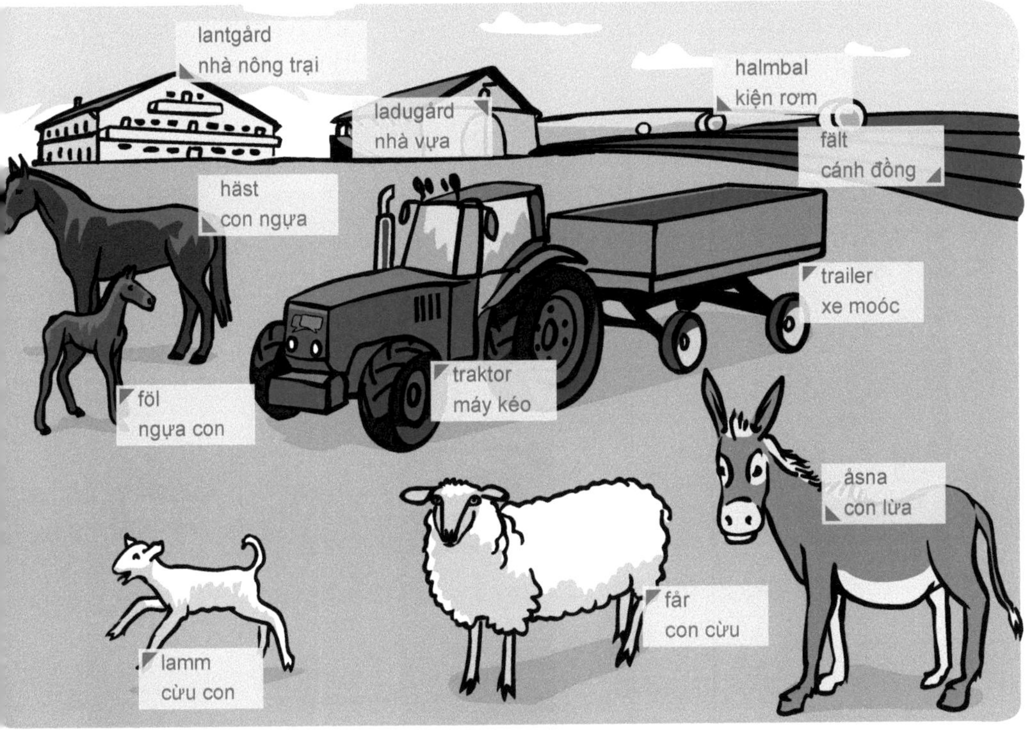
lantgård
nhà nông trại
ladugård
nhà vựa
halmbal
kiện rơm
fält
cánh đồng
häst
con ngựa
trailer
xe moóc
traktor
máy kéo
föl
ngựa con
åsna
con lừa
får
con cừu
lamm
cừu con

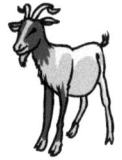

get
con dê

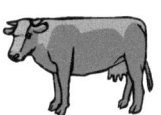

ko
con bò

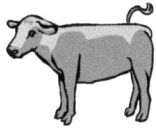

kalv
con bê

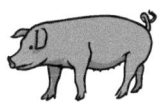

gris
con lợn

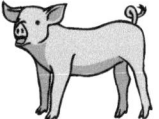

griskulting
lợn con

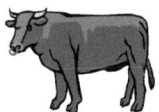

tjur
bò đực

gås
con ngỗng

anka
con vịt

kyckling
gà con

höna
gà mái

tupp
gà trống

råtta
con chuột

katt
mèo

mus
chuột nhắt

oxe
bò đực

hund
con chó

hundkoja
nhà chuồng chó

trädgårdsslang
ống tưới vườn cây

vattenkanna
thùng tưới cây

lie
lưỡi hái

plog
cái cày

skära

cái liềm

hacka

cái cuốc

högaffel

cái chĩa

yxa

cái rìu

skottkärra

xe cút kít

tråg

máng ăn

mjölkflaska

lọ sữa

säck

bao tải

staket

hàng rào

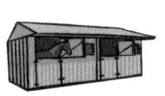

stall

chuồng

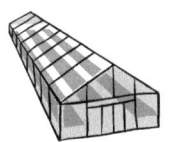

växthus

nhà kính trồng cây

jord

đất trồng

säd

hạt giống

gödsel

phân bón

skördetröska

máy gặt đập liên hợp

skörda

thu hoạch

skörd

mùa thu hoạch

jams

khoai lang

vete

lúa mì

soja

đậu nành

potatis

khoai tây

majs

ngô

raps

hạt cải dầu

fruktträd

cây ăn trái

maniok

sắn

spannmål

ngũ cốc

hus
nhà

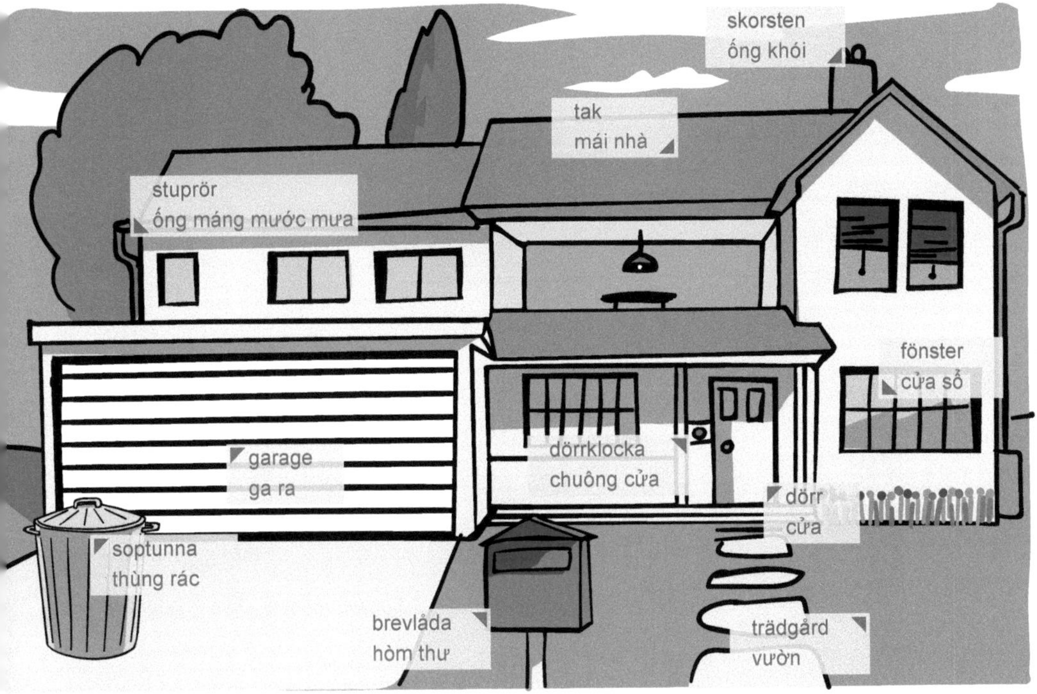

skorsten
ống khói
tak
mái nhà
stupрör
ống máng mước mưa
fönster
cửa sổ
garage
ga ra
dörrklocka
chuông cửa
dörr
cửa
soptunna
thùng rác
brevlåda
hòm thư
trädgård
vườn

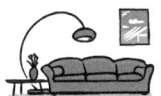

vardagsrum
phòng khách

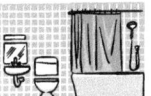

badrum
phòng tắm

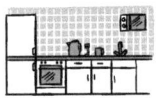

kök
bếp

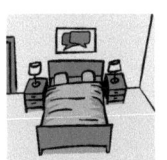

sovrum
phòng ngủ

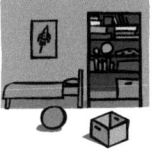

barnrum
phòng trẻ em

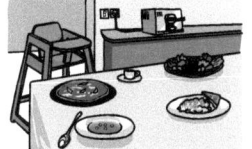

matsal
phòng ăn

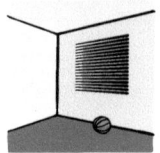
golv
nền nhà

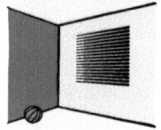
vägg
tường

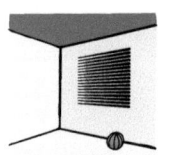
tak
trần nhà

källare
tầng hầm

bastu
tắm hơi

balkong
ban công

terrass
sân hiên

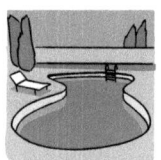
bassäng
bể bơi

gräsklippare
máy cắt cỏ

lakan
khăn trải giường

överkast
khăn trải giường

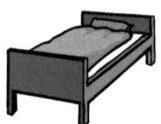
säng
giường

kvast
chổi

hink
cái xô

strömbrytare
công tắc điện

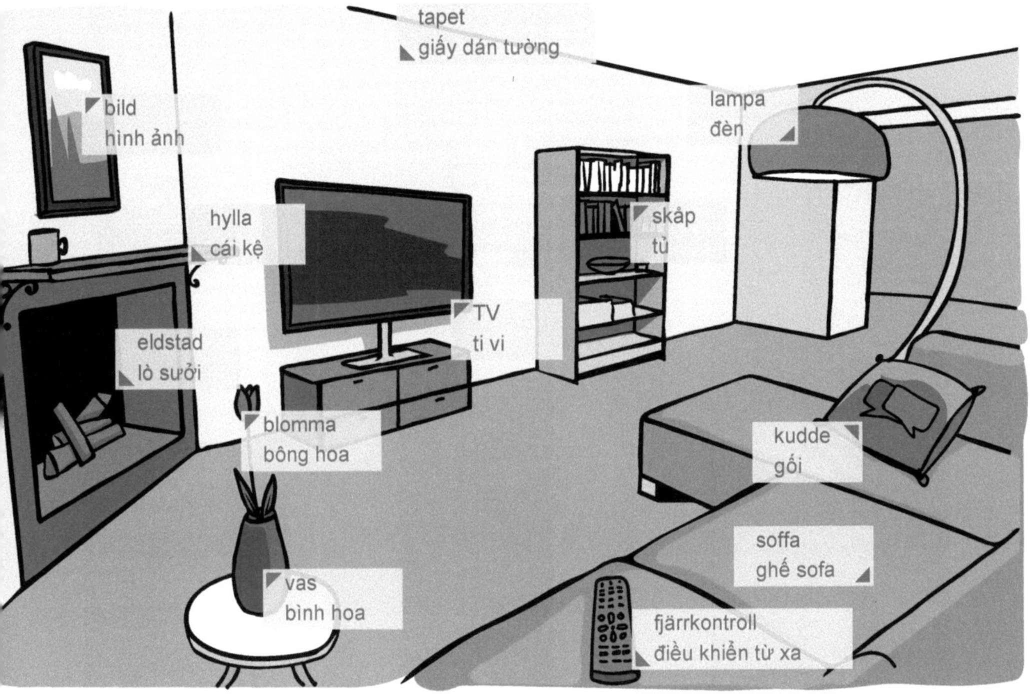

tapet
giấy dán tường

bild
hình ảnh

lampa
đèn

hylla
cái kệ

skåp
tủ

eldstad
lò sưởi

TV
ti vi

blomma
bông hoa

kudde
gối

soffa
ghế sofa

vas
bình hoa

fjärrkontroll
điều khiển từ xa

matta
thảm

gardin
rèm

bord
cái bàn

stol
ghế

gungstol
ghế bập bênh

fåtölj
ghế bành

bok

sách

filt

cái chăn

dekoration

đồ trang trí

vedträ

củi

film

phim

stereoanläggning

máy hi-fi

nyckel

chìa khóa

dagstidning

báo

målning

bức tranh

poster

áp phích

radio

radio

anteckningsbok

sổ ghi chép

dammsugare

máy hút bụi

kaktus

cây xương rồng

stearinljus

cây nến

kylskåp
tủ lạnh

mikrovågsugn
lò viba

köksvåg
cái cân trong bếp

brödrost
máy nướng bánh

rengöringsmedel
chất tẩy rửa

ugn
lò nướng

frys
ngăn tủ đông lạnh

soptunna
thùng rác

diskmaskin
máy rửa bát

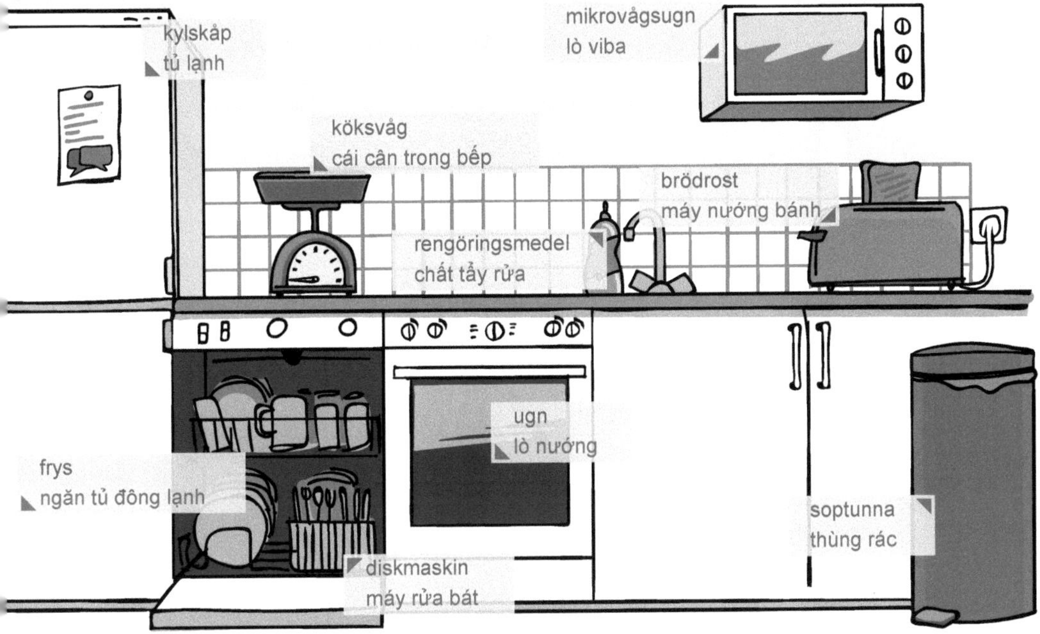

spis

lò nấu

kastrull

nồi

järngryta

nồi sắt

wok / kadai

chảo

stekpanna

chảo

vattenkokare

ấm đun nước

ångkokare

nồi đun hơi

bakplåt

khay lò nướng

porslin

bát đĩa

mugg

cốc

skål

cái bát

ätpinnar

đũa

soppslev

cái vá

stekspade

bàn xẻng

visp

que đánh kem

durkslag

rây dùng trong bếp

sil

cái rây lọc

rivjärn

cái nạo

mortel

vữa

grill

vỉ nướng

brasa

ngọn lửa trần

skärbräda

cái thớt

kavel

trục cán bột

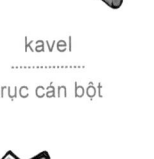

korkskruv

cái mở nút chai

burk

vỏ đồ hộp

burköppnare

cái mở vỏ đồ hộp

grytlapp

miếng nhấc nồi

vask

bồn rửa bát

borste

bàn chải

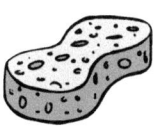

svamp

miếng xốp

mixer

máy xay

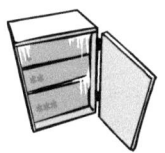

frys

tủ đông lạnh

nappflaska

bình sữa cho trẻ sơ sinh

kran

vòi nước

badrum
phòng tắm

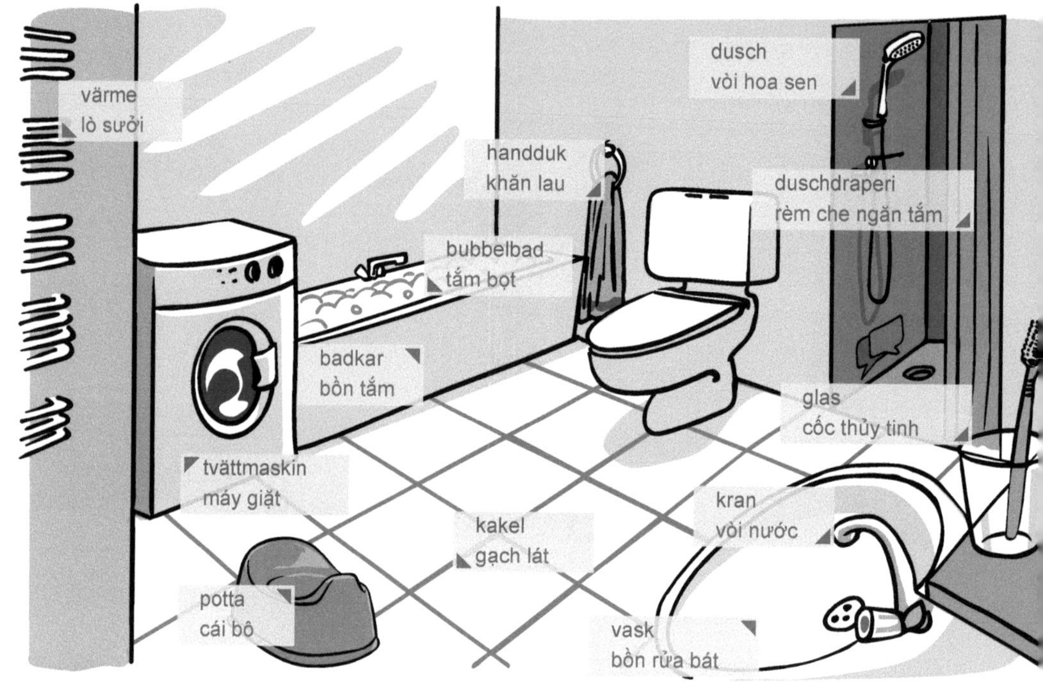

värme
lò sưởi
handduk
khăn lau
dusch
vòi hoa sen
duschdraperi
rèm che ngăn tắm
bubbelbad
tắm bọt
badkar
bồn tắm
glas
cốc thủy tinh
tvättmaskin
máy giặt
kran
vòi nước
kakel
gạch lát
potta
cái bô
vask
bồn rửa bát

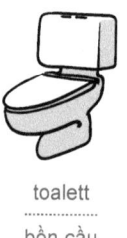

toalett
bồn cầu

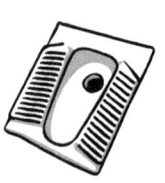

lång toalett
bồn cầu ngồi xổm

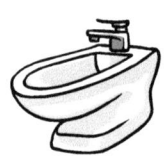

bidet
bồn rửa hậu môn

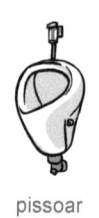

pissoar
bồn tiểu tiện

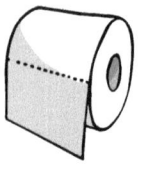

toalettpapper
giấy vệ sinh

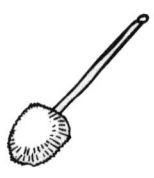

toalettborste
bàn chải cọ bồn cầu

tandborste

bàn chải đánh răng

tandkräm

kem đánh răng

tandtråd

chỉ nha khoa

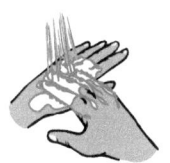

tvätta

rửa

handdusch

vòi sen cầm tay

intimdusch

vòi rửa hậu môn

handfat

bồn rửa

ryggborste

bàn chải cọ lưng

tvål

xà phòng

duschgel

sữa tắm

schampo

dầu gội

trasa

khăn cọ để tắm

avlopp

lỗ thoát nước

crème

kem

deodorant

chất khử mùi

spegel

gương

handspegel

gương tay

rakhyvel

dao cạo râu

raklödder

kem cạo râu

rakvatten

nước thơm dùng sau khi
cạo râu

kam

cái lược

borste

bàn chải

hårtork

máy xấy tóc

hårspray

keo xịt tóc

smink

đồ trang điểm

läppstift

thỏi son môi

nagellack

sơn bôi móng

bomullsvadd

bông

nagelsax

kéo cắt móng

parfym

nước hoa

necessär

túi đựng đồ tắm

pall

ghế đẩu

våg

cái cân

badrock

áo choàng tắm

gummihandskar

găng tay làm vệ sinh

tampong

nút gạc

binda

băng vệ sinh

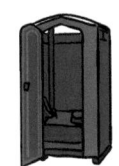

kemisk toalett

nhà vệ sinh hóa chất

barnrum

phòng trẻ em

väckarklocka
đồng hồ báo thức
gosedjur
thú bông
leksaksbil
xe đồ chơi
skallra
cái lúc lắc
dockhus
nhà búp bê
present
món quà

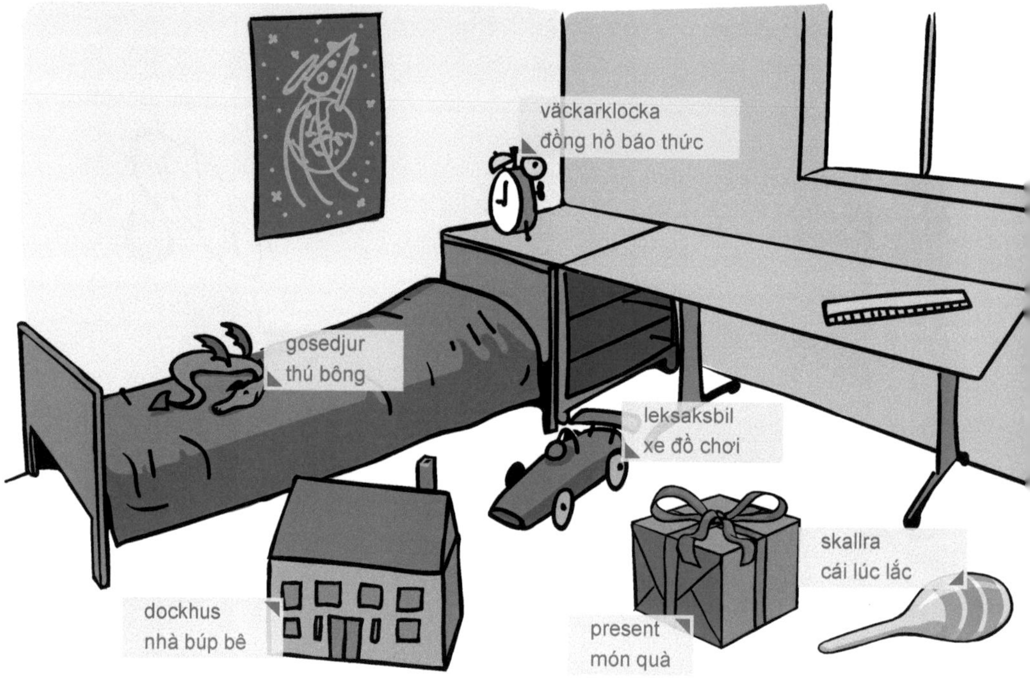

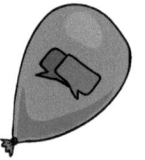

ballong

bong bóng

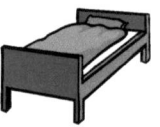

säng

giường

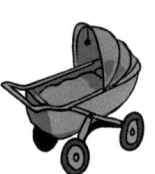

barnvagn

xe nôi

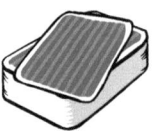

kortlek

trò chơi bài

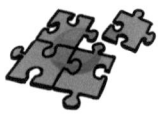

pussel

trò chơi ghép hình

SUPER
MEGA

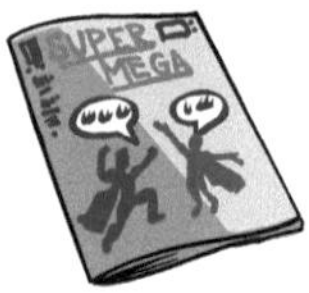

serietidning

truyện tranh

legobitar

gạch Lego

klossar

khối xếp hình

actionfigur

nhân vật hành động

sparkdräkt

áo liền quần cho trẻ sơ sinh

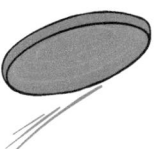

frisbee

đĩa nhựa để ném

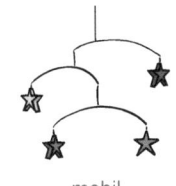

mobil

đồ chơi treo trên giường

brädspel

trò chơi cờ bàn

tärning

xúc xắc

modelljärnväg

đồ chơi xe lửa mô hình

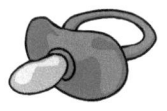

napp

ti giả

party

buổi tiệc

bilderbok

sách tranh

boll

quả bóng

docka

búp bê

spela

chơi

sandlåda

hố cát

gunga

cái đu

leksaker

đồ chơi

spelkonsol

máy chơi game cầm tay

trehjuling

xe ba bánh

nalle

gấu bông

garderob

tủ quần áo

kläder

y phục

sockar

bít tất

strumpor

bít tất dài

tights

quần tất

halsduk
khăn choàng cổ

paraply
ô che mưa

t-shirt
áp phông

bälte
dây thắt lưng

stövlar
ủng

tofflor
dép đi trong nhà

sneakers
giày sneaker

sandaler
dép xăng đan

skor
giày

gummistövlar
ủng cao su

underbyxor
quần lót

BH
áo ngực

linne
áo vest

body

áo ôm sát cơ thể

byxor

quần dài

jeans

quần bò

kjol

váy

blus

áo cánh

skjorta

áo sơ mi

pullover

áo len chui đầu

sweater

áo len

blazer

áo blazer

jacka

áo jacket

kappa

áo khoác

regnjacka

áo mưa

dräkt

trang phục

klänning

áo váy

bröllopsklänning

áo cưới

kostym

bộ com lê

nattlinne

áo ngủ

pyjamas

pijama

sari

trang phục sari

slöja

khăn trùm đầu

turban

khăn đội đầu

burka

áo burka

kaftan

áo captan

abaya

áo aba

baddräkt

quần áo bơi

badbyxor

quần bơi

shorts

quần đùi

träningsoverall

quần áo tracksuit

förkläde

tạp dề

handskar

găng tay

knapp

cái cúc

glasögon

kính mắt

armband

vòng đeo tay

halsband

vòng cổ

ring

nhẫn

örhänge

hoa tai

mössa

mũ lưỡi trai

galge

cái mắc treo áo quần

hatt

mũ

slips

cà vạt

dragkedja

dây kéo phéc mơ tuya

hjälm

mũ bảo hiểm

hängslen

dây đeo quần

skoluniform

đồng phục học sinh

uniform

đồng phục

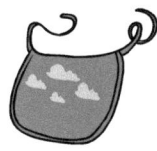

haklapp

yếm trẻ em

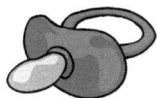

napp

ti giả

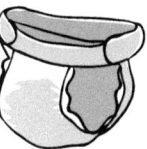

blöja

tã lót

kontor
văn phòng

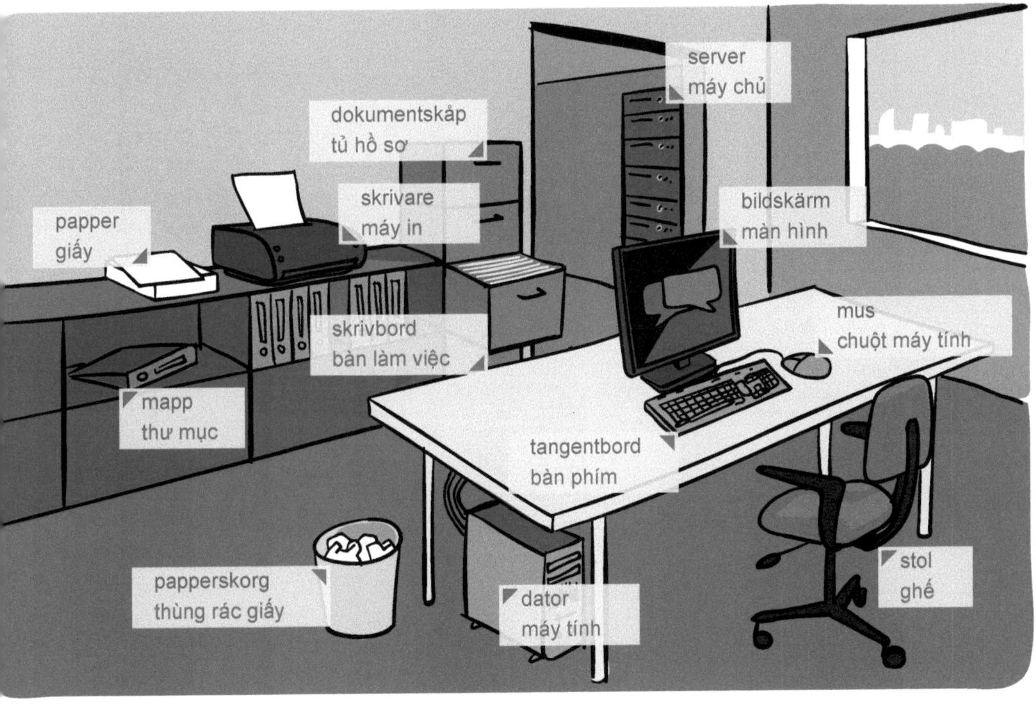

server
máy chủ
dokumentskåp
tủ hồ sơ
skrivare
máy in
papper
giấy
bildskärm
màn hình
mus
chuột máy tính
skrivbord
bàn làm việc
mapp
thư mục
tangentbord
bàn phím
stol
ghế
papperskorg
thùng rác giấy
dator
máy tính

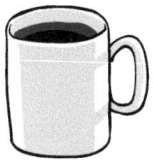

kaffemugg

cốc cà phê

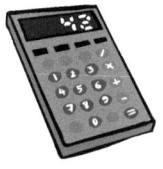

miniräknare

máy tính bỏ túi

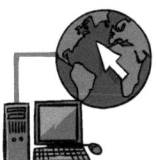

internet

internet

bärbar dator

laptop

brev

thư

meddelande

tin nhắn

mobiltelefon

điện thoại di động

nätverk

mạng

kopieringsapparat

máy photocopy

programvara

phần mềm

telefon

điện thoại

vägguttag

ổ cắm điện

fax

máy fax

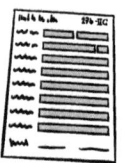

blankett

mẫu đơn

dokument

chứng từ

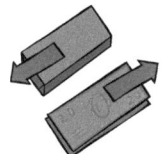

köpa

mua

betala

trả tiền

handla

buôn bán

pengar

tiền

dollar

đô la

euro

Euro

yen

yên

rubel

rúp

schweizisk franc

franc Thụy Sĩ

renminbi yan

nhân dân tệ

rupie

rupi

bankomat

máy rút tiền tự động

växelkontor

quầy đổi tiền

guld

vàng

silver

bạc

olja

dầu

energi

năng lượng

pris

giá tiền

kontrakt

hợp đồng

skatt

thuế

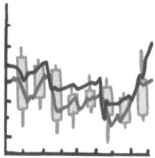

aktie

cổ phiếu

arbeta

làm việc

anställd

nhân viên

arbetsgivare

chủ lao động

fabrik

nhà máy

affär

cửa hiệu

ekonomi - kinh tế

yrken
nghề nghiệp

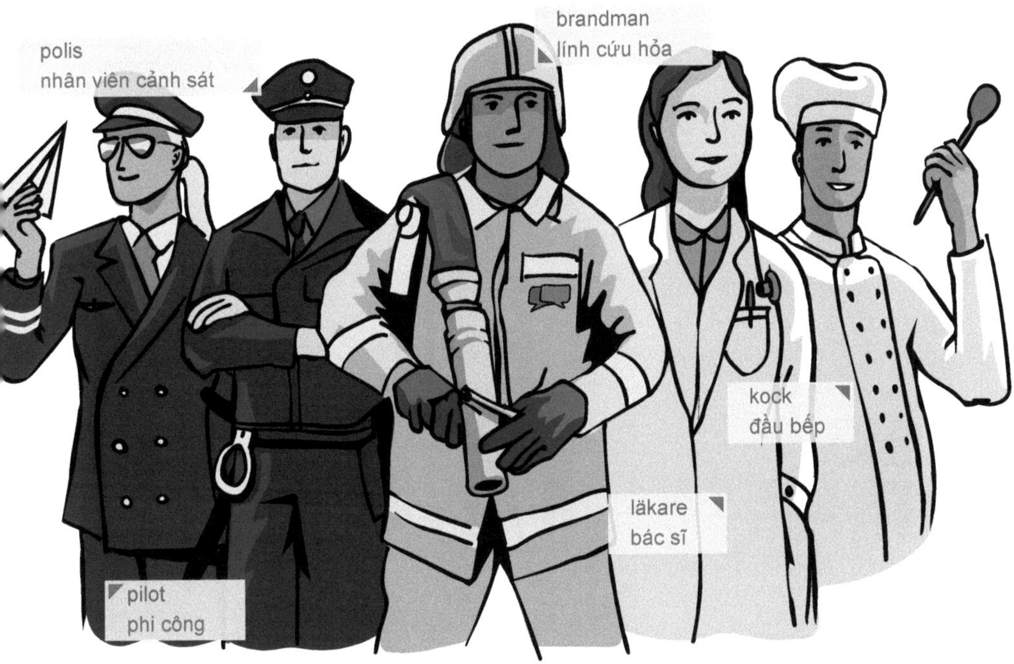
polis
nhân viên cảnh sát
brandman
lính cứu hỏa
kock
đầu bếp
läkare
bác sĩ
pilot
phi công

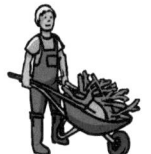

trädgårdsmästare
người làm vườn

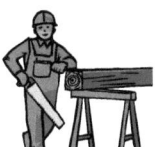

snickare
thợ mộc

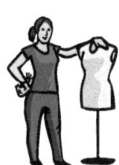

sömmerska
thợ may

domare
chánh án

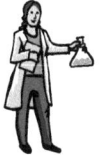

kemist
nhà hóa học

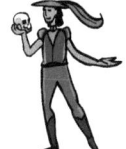

skådespelare
diễn viên

busschaufför

tài xế xe buýt

taxichaufför

người lái taxi

fiskare

ngư dân

städerska

người lau dọn vệ sinh

takläggare

thợ lợp mái nhà

servitör

bồi bàn

jägare

thợ săn

målare

họa sĩ

bagare

thợ làm bánh

elektriker

thợ điện

byggarbetare

thợ xây dựng

ingenjör

kỹ sư

slaktare

người hàng thịt

rörmokare

thợ sửa ống nước

brevbärare

người đưa thư

soldat

người lính

arkitekt

kiến trúc sư

kassör

nhân viên thu ngân

florist

người bán hoa

frisör

thợ cắt tóc

konduktör

nhân viên soát vé

mekaniker

thợ cơ khí

kapten

thuyền trưởng

tandläkare

nha sĩ

vetenskapsman

nhà khoa học

rabbin

giáo sĩ Do thái

imam

lãnh tụ Hồi giáo

munk

nhà sư

präst

mục sư

verktyg
dụng cụ

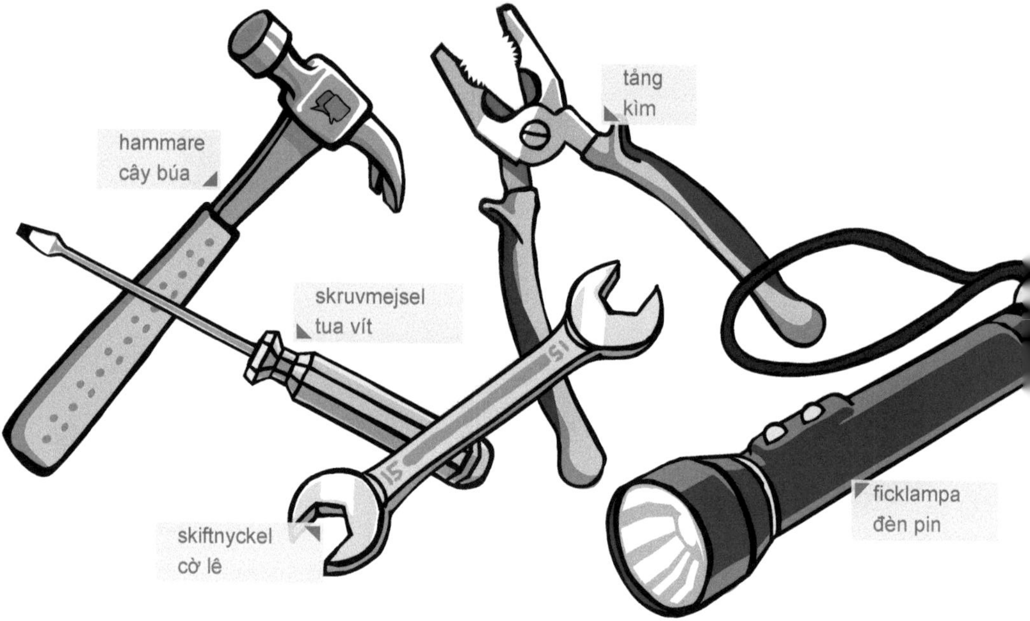

hammare
cây búa
tång
kìm
skruvmejsel
tua vít
skiftnyckel
cờ lê
ficklampa
đèn pin

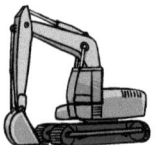

grävmaskin

máy xúc đất

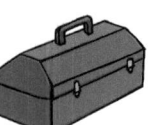

verktygslåda

hộp dụng cụ

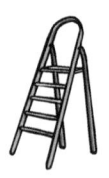

stege

cái thang

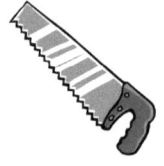

såg

cưa

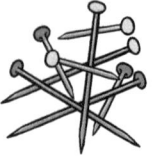

spik

đinh

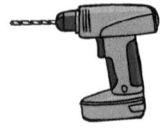

borr

máy khoan

reparera

sửa chữa

spade

cái xẻng

Helvete!

khốn nạn!

sopskyffel

cái hót rác

färgburk

thùng sơn

skruvar

vít

musikinstrument
nhạc cụ

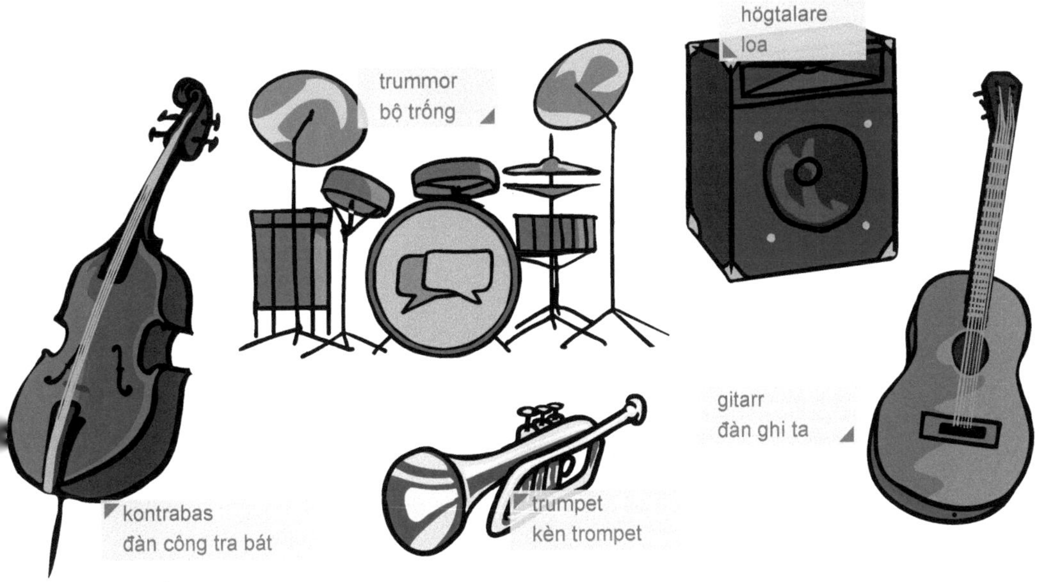

högtalare
loa

trummor
bộ trống

gitarr
đàn ghi ta

kontrabas
đàn công tra bát

trumpet
kèn trompet

piano

đàn piano

violin

đàn vĩ cầm

bas

ghi ta bass

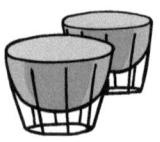

timpani

trống định âm

trumma

trống

keyboard

đàn organ

saxofon

kèn Saxophone

flöjt

sáo

mikrofon

micro

ingång
lối vào

tiger
con cọp

bur
lồng

zebra
ngựa vằn

djurfoder
thức ăn gia súc

panda
gấu trúc

djur
động vật

elefant
con voi

känguru
chuột túi

noshörning
tê giác

gorilla
khỉ đột

björn
con gấu

kamel

lạc đà

struts

đà điểu

lejon

sư tử

apa

con khỉ

flamingo

hồng hạc

papegoja

con vẹt

isbjörn

gấu bắc cực

pingvin

chim cánh cụt

haj

cá mập

påfågel

con công

orm

con rắn

krokodil

cá sấu

djurskötare

người trông giữ vườn bách
thú

säl

hải cẩu

jaguar

báo đốm

ponny

ngựa lùn

leopard

con báo

flodhäst

hà mã

giraff

hươu cao cổ

örn

đại bàng

vildsvin

heo rừng

fisk

cá

sköldpadda

con rùa

valross

hải mã

räv

con cáo

gazell

linh dương

amerikansk fotboll
bóng bầu dục Mỹ

cykling
đua xe đạp

tennis
quần vợt

basket
bóng rổ

simning
bơi

boxning
đấm bốc

ishockey
khúc côn cầu trên băng

fotboll
bóng đá

badminton
cầu lông

friidrott
điền kinh

handboll
bóng ném

skidåkning
trượt tuyết

polo
polo

aktiviteter
các hoạt động

skratta
cười
hoppa
nhảy
krama
ôm
gå
đi bộ
sjunga
ca hát
drömma
mơ
be
cầu nguyện
kyssa
hôn

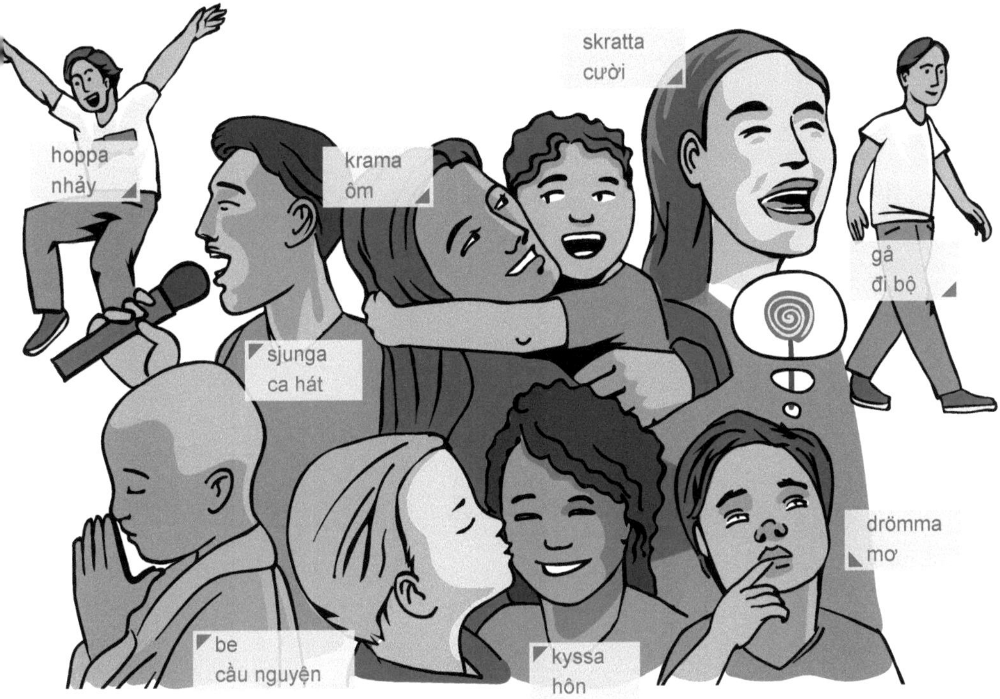

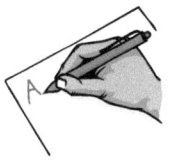

skriva

viết

rita

vẽ

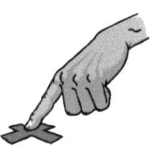

visa

chỉ trỏ

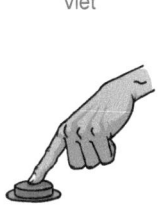

skjuta

đẩy

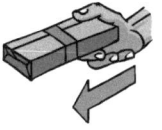

ge

cho

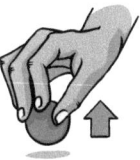

ta

lấy đi

hagel

có

göra

làm

vara

thì / là

stå

đứng

springa

chạy

dra

kéo

kasta

ném

falla

rơi

ligga

nằm

vänta

chờ đợi

bära

mang vác

sitta

ngồi

klä på

mặc quần áo

sova

ngủ

vakna

thức dậy

se på
xem

gråta
khóc

smeka
vuốt ve

kamma
chải

prata
nói chuyện

förstå
hiểu

fråga
câu hỏi

höra
nghe

dricka
uống

äta
ăn

städa
dọn dẹp

älska
yêu

laga mat
nấu nướng

köra
lái xe

flyga
bay

aktiviteter - các hoạt động

segla

đi thuyền buồm

räkna

tính toán

läsa

đọc

lära sig

học

arbeta

làm việc

gifta sig

cưới

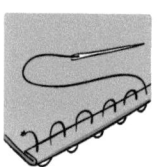

sy

khâu vá

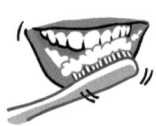

borsta tänderna

đánh răng

döda

giết

röka

hút thuốc

skicka

gửi đi

familj
gia đình

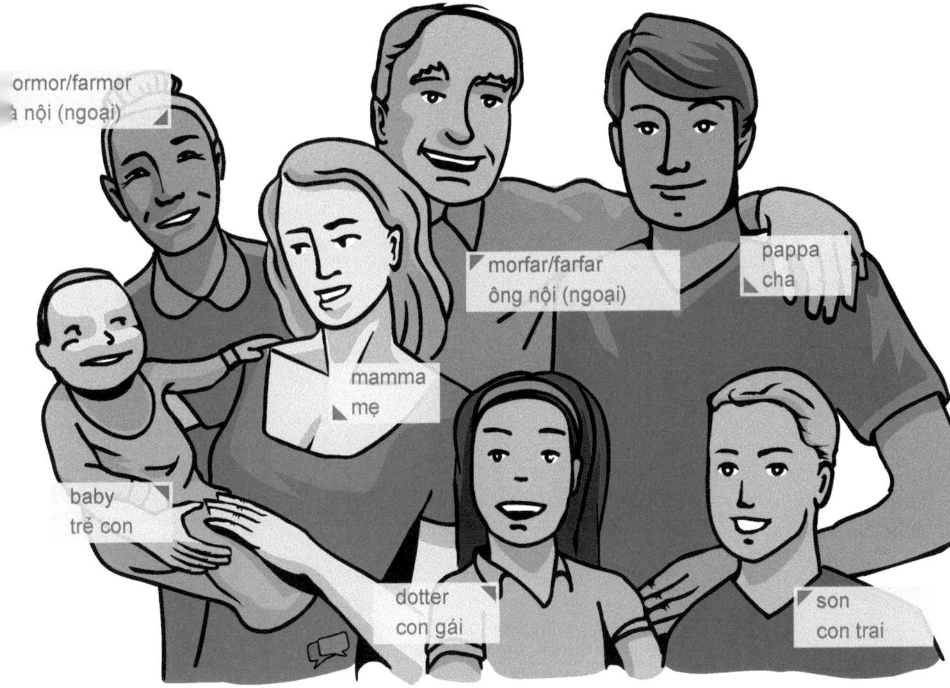

ormor/farmor
à nội (ngoại)
morfar/farfar
ông nội (ngoại)
pappa
cha
mamma
mẹ
baby
trẻ con
dotter
con gái
son
con trai

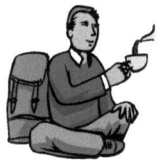

gäst
khách

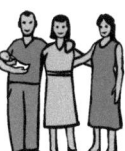

moster/faster
cô (dì)

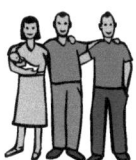

farbror/morbror
chú, bác (cậu)

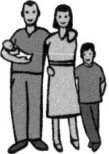

bror
anh (em) trai

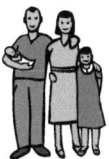

syster
chị (em) gái

kropp

cơ thể

panna
trán
öga
mắt
skuldra
vai
finger
ngón tay
ansikte
mặt
haka
cằm
hand
bàn tay
ben
chân
bröst
ngực
arm
cánh tay

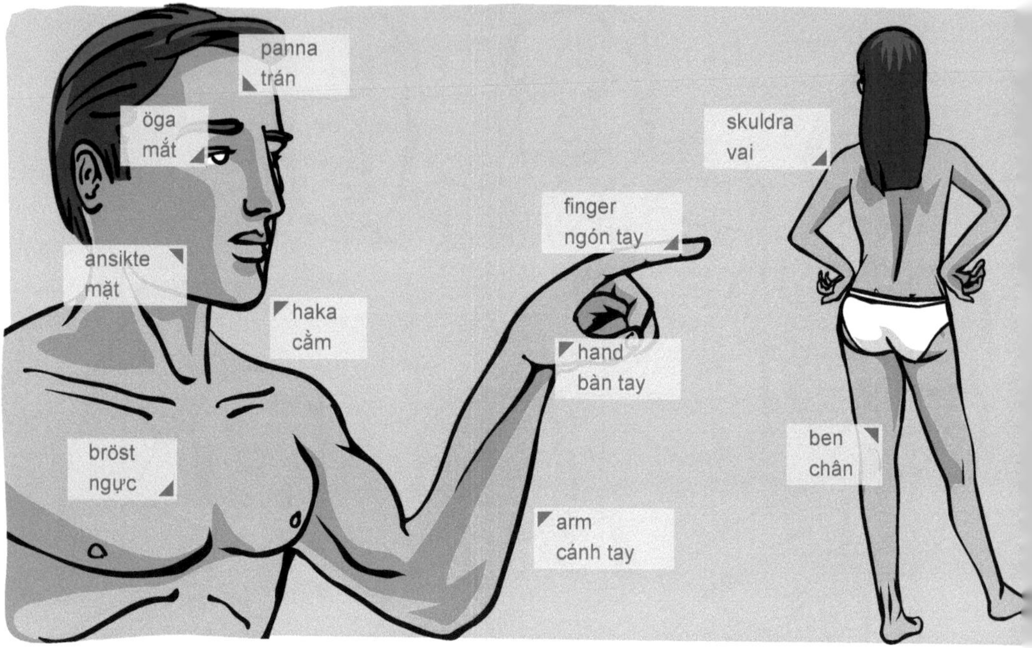

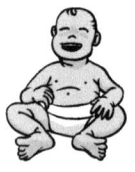

baby

trẻ con

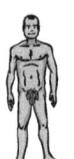

man

đàn ông

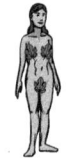

kvinna

phụ nữ

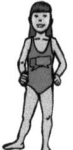

flicka

bé gái

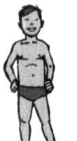

pojke

bé trai

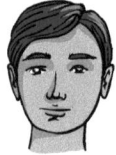

huvud

đầu

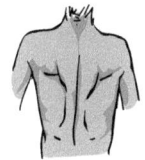

rygg

lưng

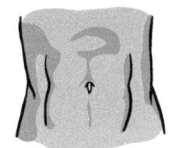

mage

bụng

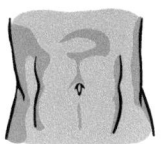

navel

rốn

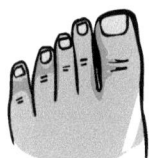

tå

ngón chân

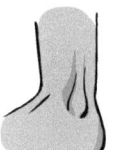

häl

gót chân

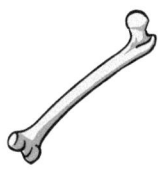

ben

xương

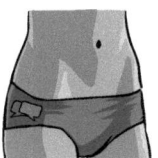

höft

hông

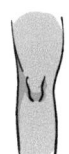

knä

đầu gối

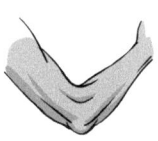

armbåge

khuỷu tay

näsa

mũi

stjärt

mông

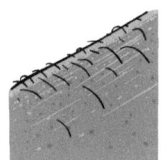

hud

da

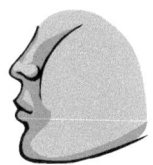

kind

má

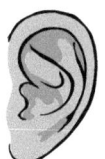

öra

tai

läpp

môi

mun

miệng

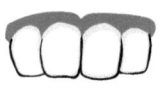

tand

răng

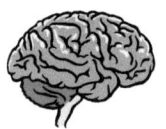

tunga

lưỡi

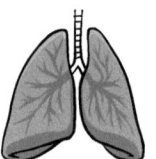

hjärna

não

hjärta

tim

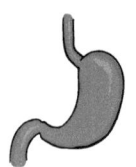

muskel

cơ bắp

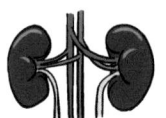

lunga

phổi

lever

gan

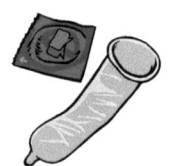

magsäck

dạ dày

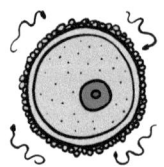

njurar

thận

sex

giao hợp

kondom

bao cao su

äggcell

noãn

sperma

tinh dịch

graviditet

mang thai

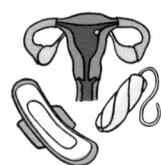

menstruation

kinh nguyệt

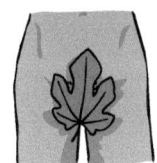

vagina

âm vật

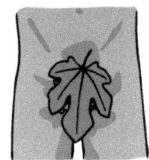

penis

dương vật

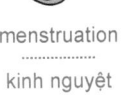

ögonbryn

lông mày

hår

tóc

nacke

cổ

sjukhus
bệnh viện

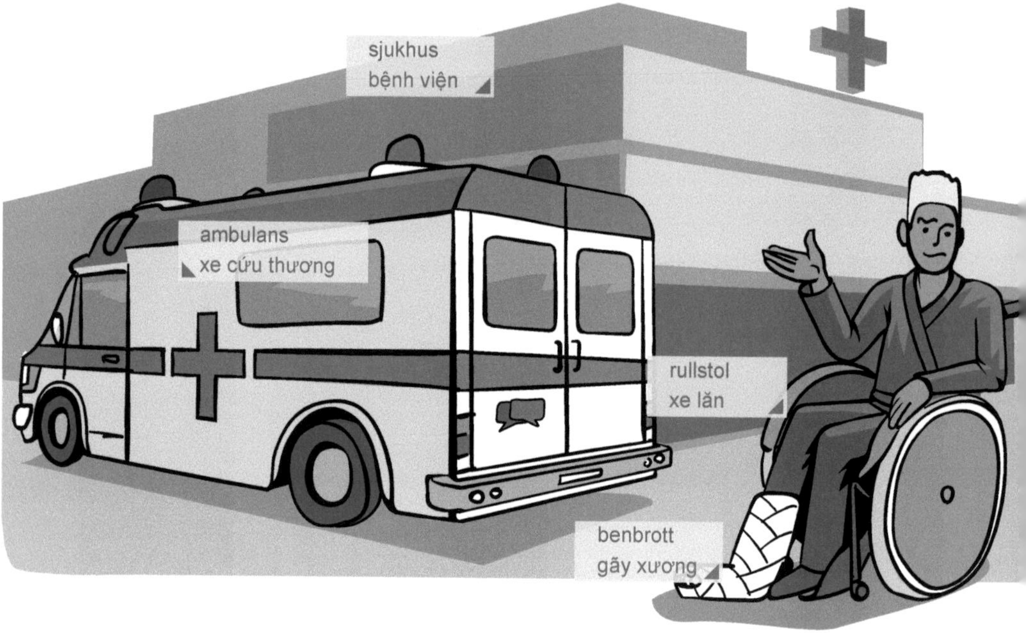

sjukhus
bệnh viện
ambulans
xe cứu thương
rullstol
xe lăn
benbrott
gãy xương

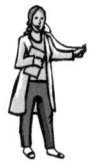

läkare

bác sĩ

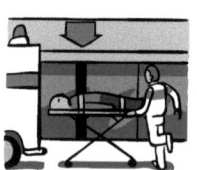

akutmottagning

phòng cấp cứu

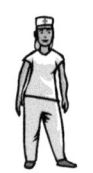

sjuksköterska

y tá

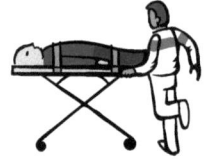

nödsituation

cấp cứu

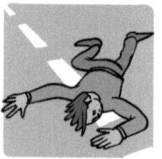

medvetslös

bất tỉnh

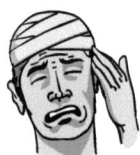

smärta

cơn đau

skada

bị thương

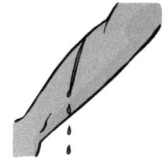

blödning

chảy máu

hjärtattack

nhồi máu cơ tim

slaganfall

đột quỵ

allergi

dị ứng

hosta

ho

feber

sốt

influensa

cúm

diarré

tiêu chảy

huvudvärk

đau đầu

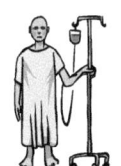

cancer

ung thư

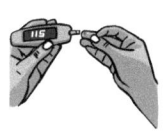

diabetes

bệnh tiểu đường

kirurg

bác sĩ phẫu thuật

skalpell

dao mổ

operation

giải phẫu

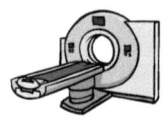

CT

chụp cắt lớp

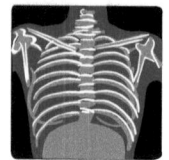

röntgen

chụp x-quang

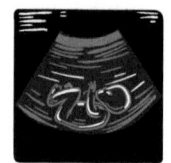

ultraljud

siêu âm

ansiktsmask

mặt nạ

sjukdom

bệnh

väntsal

phòng đợi

krycka

cái nạng

plåster

băng dán vết thương

bandage

băng bó

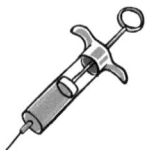

injektion

tiêm thuốc

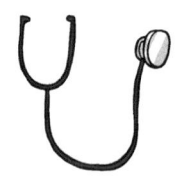

stetoskop

ống nghe khám bệnh

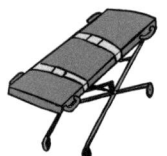

bår

băng ca

termometer

nhiệt kế

födsel

sinh đẻ

övervikt

thừa cân

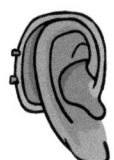

hörapparat

máy trợ thính

desinfektionsmedel

chất khử trùng

infektion

nhiễm trùng

virus

vi rút

HIV / AIDS

HIV / AIDS

medicin

thuốc

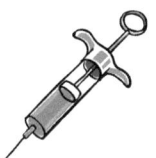

vaccination

tiêm chủng

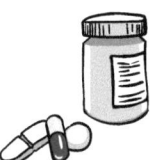

tabletter

thuốc viên

p-piller

viên thuốc

nödsamtal

gọi cấp cứu

blodtrycksmätare

máy đo huyết áp

sjuk / frisk

bệnh / khỏe mạnh

Hjälp!

cứu!

alarm

báo động

överfall

cuộc đột kích

misshandel

sự tấn công

fara

mối nguy hiểm

nödutgång

lối thoát hiểm

Det brinner!

cháy!

brandsläckare

bình chữa cháy

olycka

tai nạn

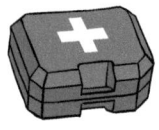

förbandslåda

bộ dụng cụ sơ cứu

SOS

SOS

polis

cảnh sát

Europa

châu Âu

Nordamerika

Bắc Mỹ

Sydamerika

Nam Mỹ

Afrika

châu Phi

Asien

châu Á

Australien

châu Úc

Atlanten

Đại Tây Dương

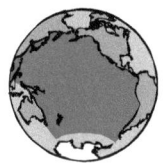

Stilla Havet

Thái Bình Dương

Indiska Oceanen

Ấn Độ Dương

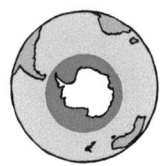

Antarktiska Oceanen

Nam Cực Dương

Arktiska Oceanen

Bắc Băng Dương

Nordpol

bắc cực

Sydpol

nam cực

Antarktis

nam cực

Jorden

trái đất

land

đất liền

hav

biển

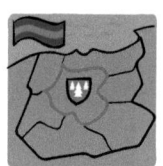

ö

đảo

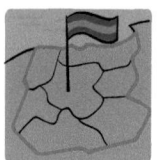

nation

quốc gia

stat

nhà nước

urtavla

mặt đồng hồ

timvisare

kim chỉ giờ

minutvisare

kim chỉ phút

sekundvisare

kim chỉ giây

Vad är klockan?

Bây giờ là mấy giờ?

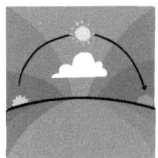

dag

ngày

tid

thời gian

nu

bây giờ

digital klocka

đồng hồ điện tử

minut

phút

timme

giờ

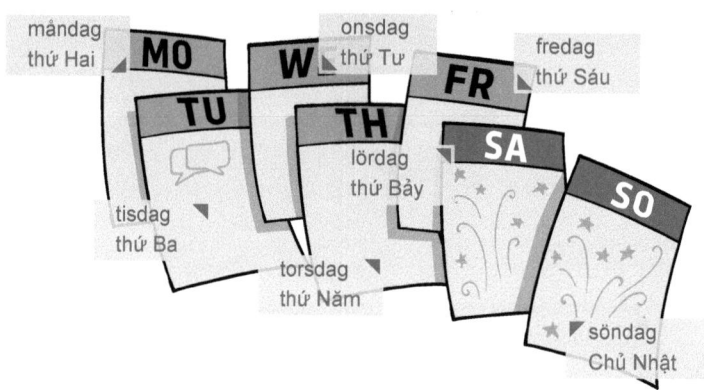

mándag
thứ Hai

onsdag
thứ Tư

fredag
thứ Sáu

tisdag
thứ Ba

lördag
thứ Bảy

torsdag
thứ Năm

söndag
Chủ Nhật

igår

hôm qua

idag

hôm nay

imorgon

ngày mai

morgon

buổi sáng

middag

buổi trưa

kväll

buổi tối

vardagar

ngày làm việc

helg

cuối tuần

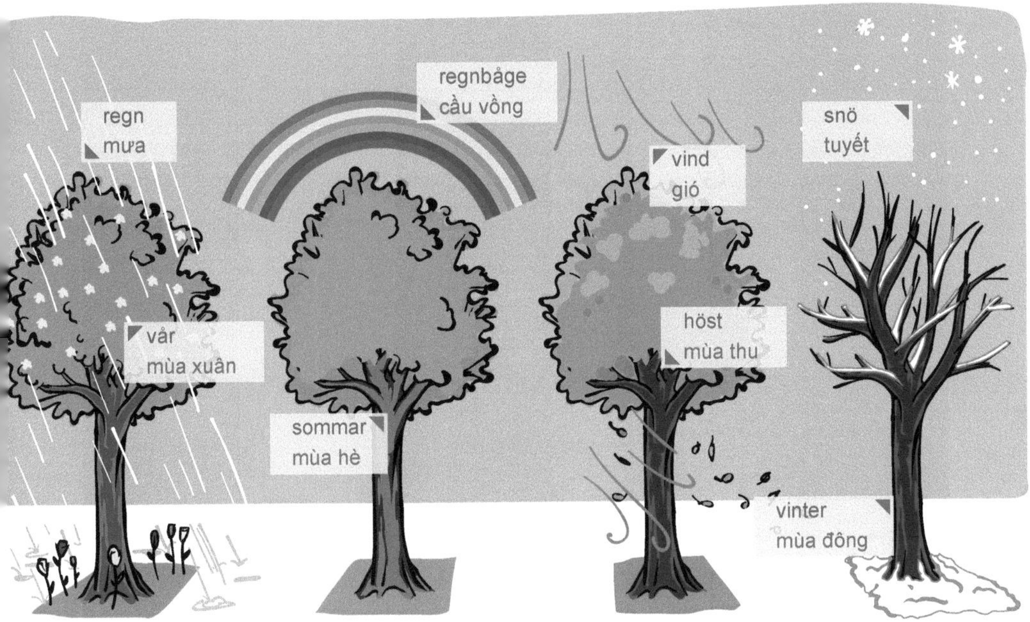

regnbåge
cầu vồng
regn
mưa
snö
tuyết
vind
gió
vår
mùa xuân
höst
mùa thu
sommar
mùa hè
vinter
mùa đông

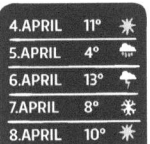

4.APRIL 11°
5.APRIL 4°
6.APRIL 13°
7.APRIL 8°
8.APRIL 10°

väderprognos

dự báo thời tiết

F C
120 40
90 30
60 20
30 10
0 0
-30 -10
-20

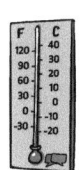

termometer

nhiệt kế

solsken

ánh nắng

moln

mây

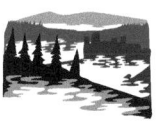

dimma

sương mù

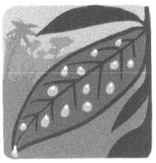

luftfuktighet

độ ẩm không khí

blixt

tia chớp

åska

sấm sét

storm

cơn bão

hagel

mưa đá

monsun

gió mùa

översvämning

lũ lụt

is

nước đá

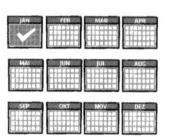

januari

tháng Một

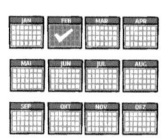

februari

tháng Hai

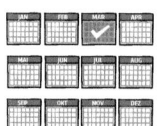

mars

tháng Ba

april

tháng Tư

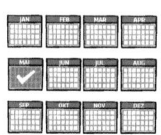

maj

tháng Năm

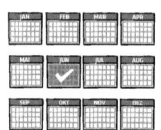

juni

tháng Sáu

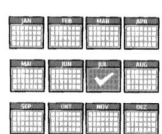

juli

tháng Bảy

augusti

tháng Tám

år - năm

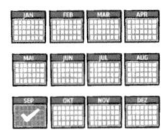

september
....
tháng Chín

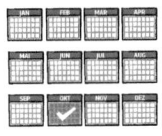

oktober
....
tháng Mười

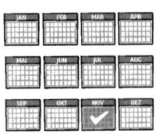

november
....
tháng Mười Một

december
....
tháng Mười Hai

former

hình dạng

cirkel
....
hình tròn

kvadrat
....
hình vuông

rektangel
....
hình chữ nhật

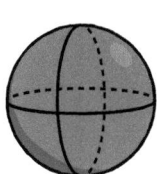

triangel
....
hình tam giác

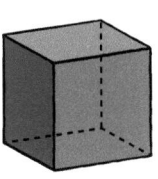

sfär
....
hình cầu

kub
....
khối vuông

vit
màu trắng

gul
màu vàng

orange
màu cam

rosa
màu hồng

röd
màu đỏ

lila
màu tím

blå
màu xanh dương

grön
màu xanh lá cây

brun
màu nâu

grå
màu xám

svart
màu đen

mycket / lite

nhiều / ít

arg / lugn

tức tối / điềm tĩnh

vacker / ful

xinh đẹp / xấu xí

början / slut

bắt đầu / kết thúc

stor / liten

to / nhỏ

ljus / mörk

sáng / tối

bror / syster

anh (em) trai / chị (em) gái

ren / smutsig

sạch / bẩn

komplett / ofullständig

đủ / thiếu

dag / natt

ngày / đêm

död / levande

chết / sống

bred / smal

rộng / chật hẹp

ätlig / oätlig

ăn được / không ăn được

ond / god

ác / tử tế

upphetsad / uttråkad

hào hứng / chán nản

tjock / smal

béo / gầy

först / sist

đầu tiên / cuối cùng

vän / fiende

bạn / thù

full / tom

đầy / rỗng

hård / mjuk

cứng / mềm

tung / lätt

nặng / nhẹ

hunger / törst

đói / khát

sjuk / frisk

bệnh / khỏe mạnh

olaglig / laglig

bất hợp pháp / hợp pháp

intelligent / dum

thông minh / ngu

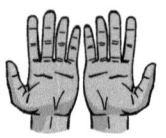

vänster / höger

trái / phải

nära / långt bort

gần / xa

ny / begagnad

mới / cũ

inget / något

không có gì cả / có cái gì đó

gammal / ung

già / trẻ

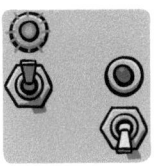

på / av

bật / tắc

öppen / stängd

mở / đóng

tyst / högljudd

im lặng / ồn ào

rik / fattig

giàu / nghèo

rätt / fel

đúng / sai

grov / slät

sần sùi / mịn màng

ledsen / glad

buồn / vui

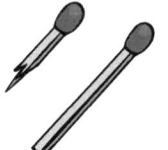

kort / lång

ngắn / dài

långsam / snabb

chậm / nhanh

våt / torr

ẩm ướt / khô ráo

varm / sval

ấm áp / mát mẻ

krig / fred

chiến tranh / hòa bình

0

noll

số không

1

ett

một

2

två

hai

3

tre

ba

4

fyra

bốn

5

fem

năm

6

sex

sáu

7

sju

bảy

8

åtta

tám

9

nio

chín

10

tio

mười

11

elva

mười một

12

tolv

mười hai

13

tretton

mười ba

14

fjorton

mười bốn

15

femton

mười lăm

16

sexton

mười sáu

17

sjutton

mười bảy

18

arton

mười tám

19

nitton

mười chín

20

tjugo

hai mươi

100

hundra

một trăm

1.000

tusen

một ngàn

1.000.000

miljon

một triệu

engelska

tiếng Anh

amerikansk engelska

tiếng Anh Mỹ

kinesisk mandarin

tiếng Quan Thoại

hindi

tiếng Hin-di

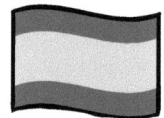

spanska

tiếng Tây Ban Nha

franska

tiếng Pháp

arabiska

tiếng Ả-rập

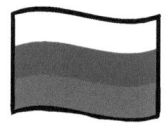

ryska

tiếng Nga

portugisiska

tiếng Bồ Đào Nha

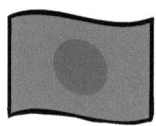

bengali

tiếng Bengal

tyska

tiếng Đức

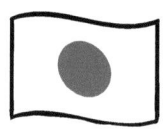

japanska

tiếng Nhật

jag

tôi

du

bạn

han / hon / den (det)

anh ta / cô ta / nó

vi

chúng tôi

ni

các bạn

de

họ

vem?

ai?

vad?

cái gì?

hur?

như thế nào?

var?

ở đâu?

när?

lúc nào?

namn

tên

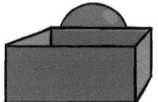

bakom

phía sau

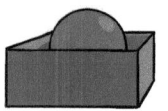

i

ở trong

framför

phía trước

över

phía trên

på

ở trên

under

ở dưới

bredvid

bên cạnh

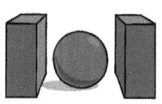

mellan

ở giữa

plats

chỗ